बब्बड

दांडोबा राक्षस आणि गुळगुळीत मावशी

राजीव तांबे

हे पुस्तक **माझं** आहे.

....

....

मेहता पब्लिशिंग हाऊस

DANDOBA RAKSHAS ANI GULGULIT MAVSHI by Rajiv Tambe

दांडोबा राक्षस आणि गुळगुळीत मावशी / बालसाहित्य
राजीव तांबे

प्रकाशक : सुनील अनिल मेहता
मेहता पब्लिशिंग हाऊस, १९४१, सदाशिव पेठ, माडीवाले कॉलनी, पुणे ३०.
✆ ०२०-२४४७६९२४
E-mail : author@mehtapublishinghouse.com
Website : www.mehtapublishinghouse.com

मुद्रक : स्पेक्ट्रम ऑफसेट, एरंडवणा, पुणे ०४.

प्रथमावृत्ती : मार्च, २००९
द्वितीयावृत्ती : एप्रिल, २०१५
पुनर्मुद्रण : ऑगस्ट, २०१९

मुखपृष्ठ व आतील चित्रे
पुंडलिक वझे

(४ पुस्तकांचा संच)

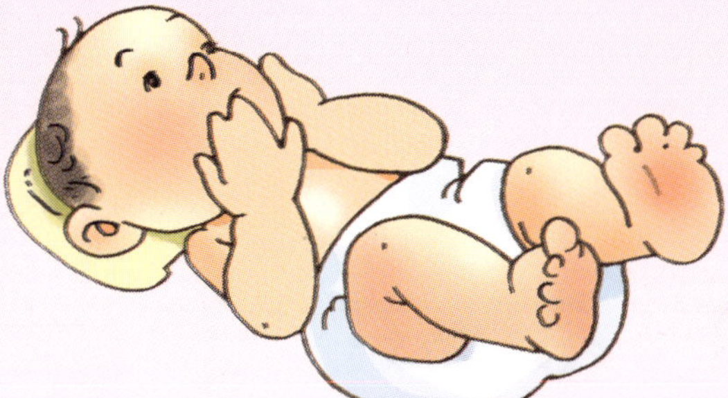

अनुक्रम

दांडोबा राक्षस / १
गुळगुळीत मावशी / १६

दांडोबा राक्षस

एकदा का मी दुपट्ट्यात शिरले की आई मला हलकेच थोपटते. हळू आवाजात गाणं गुणगुणते. मग, कसं कुणास ठाऊक, माझे डोळे जड होतात. मग, म..म..मला ग..ग.. गाढ झोप लागते!

पण जरासा जरी खुडबुड-कुडबुड, झँगपँग-चँगपँग आवाज आला, तरी माझी झोप चाळवते. मग मी पडल्या पडल्या, डोळे मिटल्या मिटल्या आवाजांशी खेळते.

काय? खरं वाटत नाही ना? मला वाटलंच होतं!

तुम्ही मनात म्हणत असाल, ''हॅ! काहीतरीच!! ह्या बब्बडला काय कळतं?''

अहो, 'लहान लहान मुलांनाच, मोठ्या मोठ्या गोष्टी माहीत असतात' हे 'नुसत्याच मोठ्या' माणसांना माहीतच नसतं! कळलं का?

हे बघा, आवाजाशी खेळायचं म्हणजे डोळे मिटून पाहायचं! हं! आता तुम्हाला वाटेल, 'ह्या बब्बडला वेड लागलं!' पण आधी माझं ऐका. मग काय ते ठरवा.

काल संध्याकाळी मी माझ्या खोलीत मस्त आराम करत होते. दूध प्यायल्यामुळे सुस्ती आली होती. जरा डोळा लागला होता.

इतक्यात कुणीतरी इतक्या जोरात धपा धपा पाळणा हलवला, की मी दचकून जागीच झाले! मला पंख्यासारखं गरगरलं! पोटातलं दूध डुचमळलं! सगळं शरीर थरथरलं!

काय झालं तेच मला कळलं नाही. जाग आली तरी माझे डोळे मिटलेलेच होते.

तोच, धावत जाणाऱ्या पावलांचा दाण-दाण-दाण असा आवाज ऐकू आला.

मग पाठोपाठ एका बाईचा आवाज, "अरे ए दांडोबा, आत जाऊन तिला त्रास दिलास वाटतं? जरा एका जागेवर गप्प बैस. नाहीतर देईन धपाटा."

'आमच्या घरात एक दांडोबा आला आहे. त्याच्यासोबत त्याची आई, काकू किंवा मावशी पण आहे.' पाळण्यात पडल्यापडल्या, डोळे मिटल्यामिटल्या हे मी ओळखलं!

नंतर बाहेरच्या खोलीतल्या टीव्हीचा आवाज एकदम मोठा झाला. मग धप् धप् असा टीव्हीपेक्षा मोठा आवाज ऐकू आला.

नंतर आपोआपच टीव्हीचा आवाज बंद झाला आणि घरात थोडा वेळ शांतता पसरली!

आता तुम्हालाही कळलं असेलच की, काय-काय झालं असणार?

पण खूप वेळ कुठलाच आवाज येई ना, तेव्हा मात्र मी जरा घाबरले.

हळूच डोळे उघडावे का? असा विचार करू लागले... कारण आवाज सुरू असला, की समजतं काय-काय चाललंय? पण आवाज थांबला की काही कळेनासंच होतं ना!

त्यात पुन्हा हा 'दांडोबा' आल्यामुळे, मला जरा जास्तच काळजी वाटायला लागली होती!

मी थोडी चुळबुळ केली. दुपट्यातल्या दुपट्यात सावरले. सावकाश डोळे उघडले...

आणि पहाते तर काऽऽऽऽय...?

आजपर्यंत मी माझ्या 'आडव्या आयुष्यात' पाहिला नव्हता, असा भयानक, खतरनाक

चेहरा माझ्याकडे एकटक रोखून पाहात होता.

'निळा चेहरा, लाल डोळे, पिवळे सोनेरी केस, लाल जीभ!!'

अग आईऽऽऽऽऽऽऽऽगंऽऽऽऽ!!

मला किंचाळता येईना. हलता येईना.

मला वळता येईना. मला रडता येईना.

आवाज फुटेना. माझी थुंकी उडेना.

माझे डोळे बंद होईनात. काय करावं, कळेना. काय झालंय कळेना. माझी वळवळ नाही. चळवळ नाही. मी गारेगार. मी थंडगार.

इतक्यात कुठूनशी एक बाई आली. पाळण्याजवळ थांबली.

मग 'धप् धप् धपाधप' असा आवाज आला. तो भयानक चेहरा पळाला. पळण्याचा दडा-दडा आवाज आला.

ती बाई माझ्याकडे पाहात म्हणाली, "कित्ती गोड आहे ग छोटी! हा दांडोबा तिला

घाबरवत होता.''

माझ्या डोक्यावरून हात फिरवत ती बाहेरच्या खोलीत पाहात म्हणाली, ''आधी फाडून टाक तो राक्षसाचा मुखवटा, नाही तर आणखीन चार धपाटे खाशील. अरे ही पेढ्यासारखी गोड आणि तिला तू घाबरवतोस? काही वाटतं की नाही तुला? अगंऽऽ पण तुझी बब्बड मात्र धीट हं! जाम घाबरली नाही!

''आरडा ओरडा नाही! हूं नाही की चूं नाही! खर्री खुर्री शहाणी मुलगी बब्बड!''

धावतच आई आली. मी कध्धीपासून आईची वाट पाहात होते.

आईला पाहताच माझ्या जीवात जीव आला! मला आवाज फुटला!

मी चुळबुळ सुरू केली. लाथा मारून दुपटं सैल केलं. आनंदानं फुर्र फुर्र करत थुंकी उडवली. डोळे मिचकावले. वळवळ चळवळ केली.

आईला सारं समजलं.

आई मला समजावत म्हणाली, ''बब्बड एक मिनिट थांब हं. आधी ह्या दोघांना सरबत देते, मग तुला घेते.''

आईनं घेण्याआधी त्या बाईनंच मला घेतलं.

मला खांद्यावर घेतलं. थोपटलं. डोळे मोठ्ठे करून माझ्याकडे प्रेमानं पाहिलं. मला बरं वाटलं. ही मावशी मला आवडली!

आई ट्रेमधून सरबत घेऊन आली. थंडगार रंगीत

सरबताचे दोन मोठे ग्लास!

मावशीनं एका हातात सरबताचा ग्लास घेतला आणि... ही संधी साधून मी आईकडे झेप टाकली.

एका हातात ट्रे सावरत, आईनं मला कुशीत घेतलं.

आईच्या कुशीत बसून तो 'दांडोबा' कुठे दिसतो का ते मी पाहू लागले.

दांडोबा खाली मान घालून गुटुक गुटुक करत सरबत पीत होता.

आईच्या कुशीत असल्यानं मी दांडोबाकडे पाहून जोरात गुर्ऽऽ केलं. पण त्यानं माझ्याकडे पाहिलं पण नाही.

इतक्यात मावशी ओरडली, "शीऽऽ दांडोबा, तुझ्या पँटवर झुरळ... झुऽऽऽरळऽऽऽ!!"

दांडोबा सॉलीड दचकला!! आणि... रंगीत सरबताचा ग्लास त्याच्या पँटवरच सांडला!!

दांडोबा घाबरून जोऽऽरात किंचाळला! खुर्चीतून उडी मारताना वेडावाकडा नाचला!

मावशी हसत हसत म्हणाली, ''अरे कमालच आहे! जरा गंमत केली तर एवढा घाबरलास! आणि घाबरून नाचलास?

''अरे ती बब्बड बघ. तिनं अगदी जवळून 'दांडोबा राक्षस' पाहिला! इतक्या लहान वयात 'असला राक्षस' पाहिला! पण ती अजिबात नाही घाबरली! तिनं यँव का त्यँव नाही केलं.

“आणि दांडोब्या, मी नुसतं ‘झुरळ’ म्हणताच तुझी पँट ओली झाली!

अरे दांडोब्या, आता ती बब्बड हसेल ना तुला!!??”

दांडोबानं हातातला रिकामा ग्लास खाली ठेवला. ओली पँट सावरत तो माझ्याकडे आला.

"काय ग बब्बड? तू हसणार मला?" असं दांडोबानं म्हणताच, मी काही बोललेच नाही. मी फक्त त्याच्याकडे टुकुटुकु पाहात राहिले.

"अरे बघ, ती तुझ्या 'ओल्या पँटकडे' पाहतेय!" असं मावशीनं म्हणताच दांडोबा लाजला! सुर्रकन पळाला.

माझ्या मनातलं आईनं बरोब्बर ओळखलं!

मला हलकेच चापटी मारत आई म्हणाली, "गप गं बब्बड. वात्रट कुठली!"

दांडोबा कुरकुरत म्हणाला, "आता मी ओल्या पँटनं घरी कसा जाऊ?"

मावशी हसून म्हणाली, "चल, आता आपण रिक्शानंच जाऊ."

मावशी आणि दांडोबा गेल्यावर आईनं माझं भिजलेलं दुपटं बदललं.

पाळणा जोरात हलला तेव्हा मी जाम घाबरले होते. पण त्यानंतर कशीबशी सावरले होते. तो भयानक दांडगोबा राक्षस पाहिल्यावर मात्र मी दुपटं भिजवलं होतं!

आई मला जवळ घेत म्हणाली, "अगं वेडाबाई, मला हाक नाही का मारायचीस? मी नसते का आले लगेच! बरं असू दे.

अगं, त्या मावशीला कळलंच नाही की तू सूसू केली आहेस! लब्बाड!!"

इतक्यात दारावरची बेल वाजली.

दारात धापा टाकत दांडोबा उभा!

आईनं त्याच्याकडे पाहत भुवया उंचावल्या!

मला कळेना, आता हे काय झालं?

दांडोबा तोंड वेडंवाकडं करत आणि पँट सावरत आईला म्हणाला, "काकू... काकू... आई गेली चालत. पण मी कसा जाणार चालत?

"काकू... काकू... आज रिक्शा बंद आहेत म्हणून. जरा पंखा जोरात लावा ना!!"

आई आणि मी दांडोबाकडे पाहातच राहिलो.

दांडोबा लाजत लाजत म्हणाला, "काकू... मी तासभर तुमच्याकडेच थांबतो. पंख्याखाली बसतो. पँट वाळली की घरी जातो!!"

हे ऐकल्यावर मात्र मी जोऽऽऽरात हसले, "फुर्रऽऽऽ फुर्रऽऽऽ फूऽऽऽ"

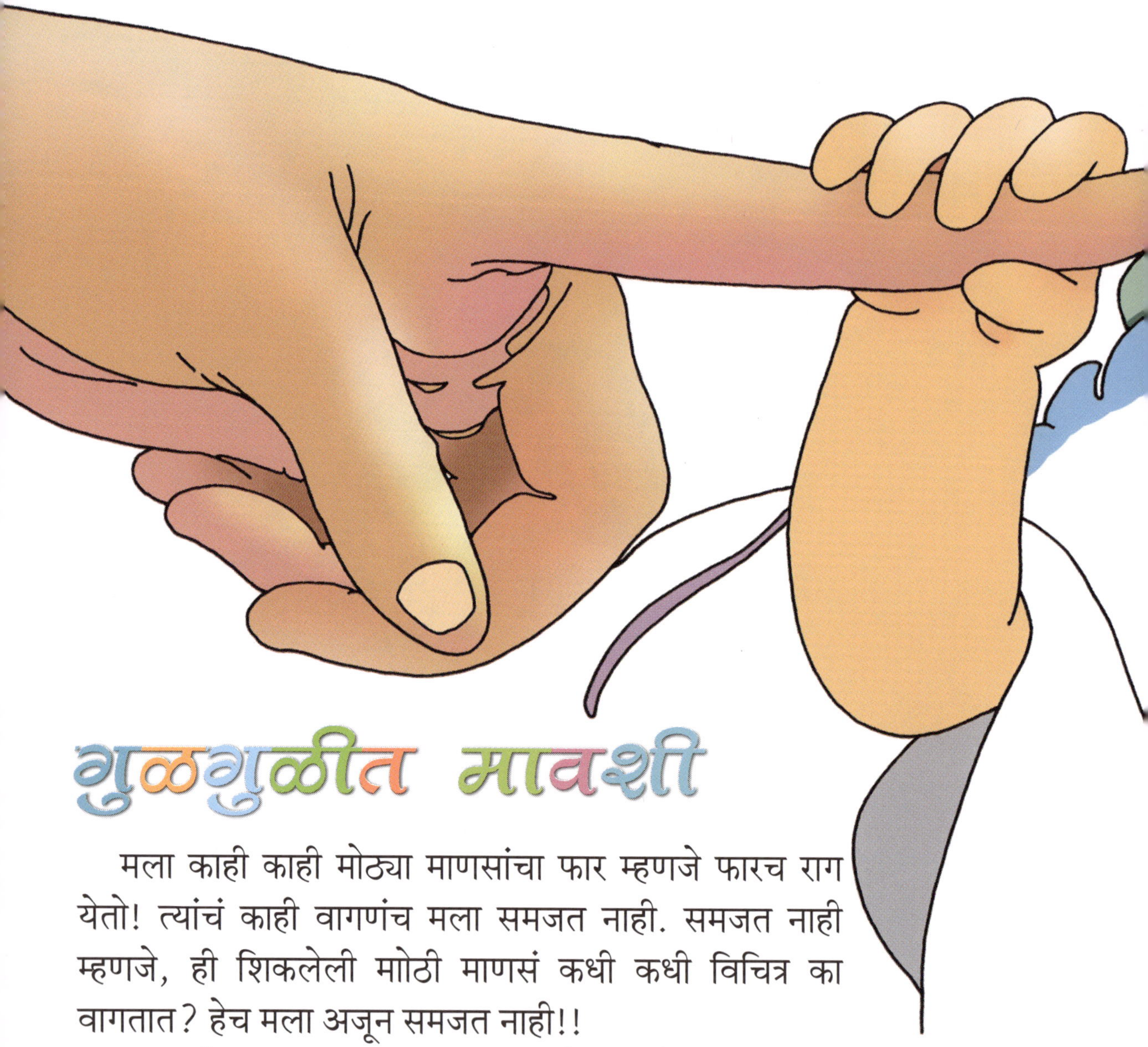

गुळगुळीत मावशी

मला काही काही मोठ्या माणसांचा फार म्हणजे फारच राग येतो! त्यांचं काही वागणंच मला समजत नाही. समजत नाही म्हणजे, ही शिकलेली मोाठी माणसं कधी कधी विचित्र का वागतात? हेच मला अजून समजत नाही!!

आता हे बघा ना, माझ्यासारख्या छोट्या-छोट्या, लहान लहान मुला-मुलींना एकाच कपड्यात जाम दाबून, घट्ट आवळून बांधून ठेवतात. आणि स्वत: मात्र छान सैल सैल, टकाटक कपडे घालतात आणि आमच्या समोर मस्त ऐटीत फिरतात!

मी हॉस्पिटलमधे असताना तर विचारूच नका! ह्या मोठ्या माणसांनी वेडेपणाचा कहरच केला! आम्हा सर्व लहान मुलांना फक्त पांढऱ्या कपड्यातच गुंडाळायचे! आणि मग आम्हाला एका खोलीत कोंडून ठेवायचे! मला सांगा, ह्या वेडेपणाला काय म्हणायचं?

अहो आम्हाला उभं राहाता येत नाही. चालता येत नाही. धावता येत नाही. पळता येत नाही. उड्या मारता येत नाहीत. आम्ही बोललेलं मोठ्या माणसांना काहीसुद्धा समजत नाही. तरी... तरी.... आम्हाला कोंडून ठेवतात! आणि आमच्या आयांना हे सगळं करता येतं तर त्यांना मात्र मोकळं मोकळं ठेवतात!! ही कुठली पद्धत??

आम्हाला पडल्या पडल्या असा राग यायचा, की वाटायचं, 'लाथ मारून, दुपटं सोडावं.' पण... उगाच मोठ्या माणसांची कामं वाढतील, म्हणून केवळ आम्ही 'दूध गिळून गप्प बसायचो.'

हां... तर मी काय सांगत होते, ... मोठ्या माणसांचे कपडे!

मला भेटायला येणारी माणसं, छान छान सैल सैल कपडे घालून यायची. त्यांचे ते रंगीबेरंगी, सुळसुळीत, झुळझुळीत, गुळगुळीत, चकचकीत, चकाचक कपडे पाहून मला आनंद व्हायचा. अशा गुळगुळीत झुळझुळीतांनी मला जवळ घेतलं की आनंदानं माझ्या अंगावर सुळकन काटा यायचा! पण माझ्या दुपट्यामुळे 'हे' मोठ्यांना समजत नसे.

कधी कधी मला वाटायचं, आपण पण मोठ्या माणसांसारखे सैल सैल पँट शर्ट घालावेत. धोतर नेसावं. सुळसुळीत साड्या गुंडाळाव्यात. रंगीबेरंगी टिपटॉप ड्रेस घालावेत.... आणि.....

आणि सगळ्या मोठ्या माणसांना फक्त पांढऱ्या दुपट्यात जाऽऽऽम बांधून, आवळून ठेवावं...! फक्त माझ्या आईला सोडून.

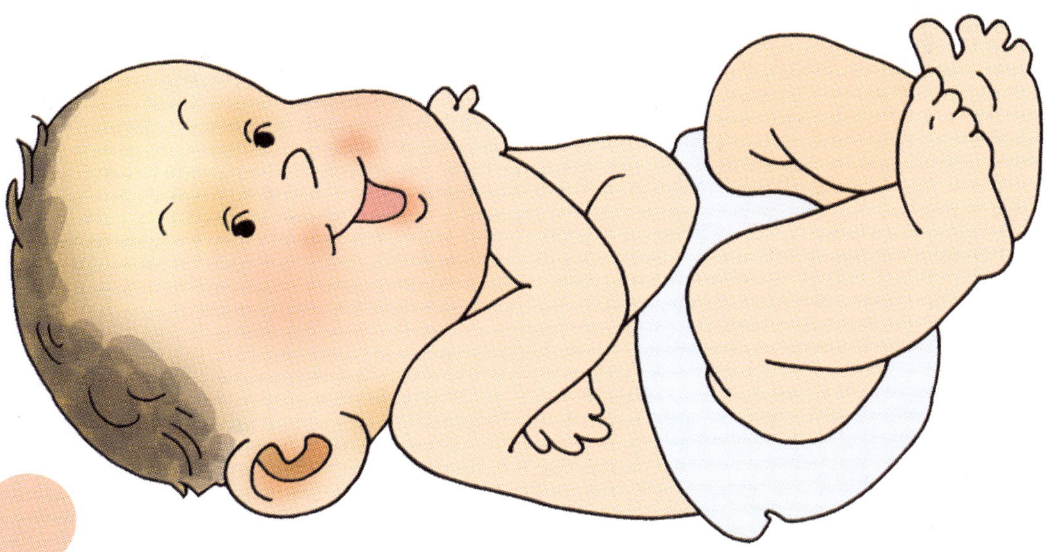

काल संध्याकाळी मी अर्धवट झोपेत होते. तशी सुखात होते.

इतक्यात आईची मैत्रीण आली. मैत्रीण म्हणजे मावशी. सुळसुळीत कपडे घातलेली गुळगुळीत मावशी! आपले कपडे सावरत तिनं माझ्याकडे वाकून वाकून पाहिलं. मी पटकन डोळे घट्ट बंद केले.

माझी झोपमोड करत ती गुळगुळीत मावशी म्हणाली, ‘‘मी किनई ह्या बब्बडचे खूप खूप लॉड कॉरणॉर आहेऽऽ! खूप खूप लॉड!!

मी हिला खेळणी ऑणणार.
गोड गोड खाऊ ऑणणार.
छान छान कपडे ऑणणार.
मी हिला सगळीकडे फिरवणॉर.
गंमत करणॉर. जंमत करणॉर.
मज्जा मज्जा करणॉर.''

तिनं मला बळेबळे उठवलं. मी वैतागून आळोखे पिळोखे देऊ लागले तर, माझं छान सुंदर दुपटं तिनं सोडलं. चोळामोळा करून ते कोपऱ्यात टाकलं आणि जबरदस्तीनं मला नवीन दुपट्यात गुंडाळलं.

माझी आधीच झोपमोड झाली होती. त्यात आता हे नवीन दुपटं टोचू लागलं.

मी वैतागले! मी चिडले!!

'मला न विचारता, माझं दुपटं बदलणारी ही कोण गुळगुळीत?' असा मनात विचार करत, मी रागानं फुर्रऽऽऽ फुर्रऽऽऽ करत थुंकी उडवली. दुपट्यातल्या दुपट्यात पाय झाडले.

हे पाहून गुगु मावशी आनंदानं ओरडली, "अय्याऽऽऽऽऽऽऽ लब्बाऽऽऽऽड! मी आणलेला 'नवीन ड्रेस' बब्बडला आवडला वाटतं! शॉणी मुलगी!"

हे ऐकल्यावर मला अस्सा राग आला!

मी मनात म्हटलं, ‘व्वा! म्हणजे ह्यांच्या नवीन साड्या, अगदी जुन्या-जुन्या पाऽऽऽऽर जुन्या झाल्या की, त्याची दुपटी करायची. आणि लहान मुलांचे लाड करण्यासाठी त्यात त्यांना गुंडाळून ठेवायचं!

आम्हा लहान मुलांना, जुने जुने साडीचे तुकडे आणि मोठ्यांना मात्र नेहमी नवीन नवीन कपडे!!

आणि म्हणे आमचेच खूप लॉड!'
'दुपटं म्हणजे नवीन ड्रेस, हे ऐकून, माझ्या थुंकीला आला फेस!!'
मी रागानं लाल लाल झाले! चेहरा चित्रविचित्र केला. घशातल्या घशात गुरगुरले

आणि.....

"कित्ती गॉड आहे ग बब्बड," असं म्हणत गुगु मावशीनं माझा चांगलाच गागु घेतला, म्हणजे गालगुच्चा घेतला!

मी चांगलीच कळवळले. दात असते तर, सणसणीत चावलेच असते.

मी चुळबूळ करायला सुरुवात केली. जांभई दिली. मान हलवली. डोळे मिचकावले. दुपट्यातल्या दुपट्यात पाय झाडले.

गुगु मावशी फसली. तिनं मला उचलून घेतलं.

आणि.....

त्या क्षणी......

ते नवीन दुपटं आणि मावशीची नवीन गुळगुळीत साडी, मी पाऽऽर भिजवून टाकली!!

मावशी दचकली! क्षणभर भांबावली!

तिनं मला पटकन खाली ठेवलं.

माझे खूप खूप लॉड करायचे, ती विसरली.

गुगु मावशीनं आपली साडी सावरली.

साडीवरचा ताजा ओला नकाशा बघत, ती माझ्याकडे (उगाचच) रागानं पाहू लागली. दात ओठ खात राग गिळू लागली. नकाशाकडे आणि माझ्याकडे आळीपाळीनं पाहू लागली.

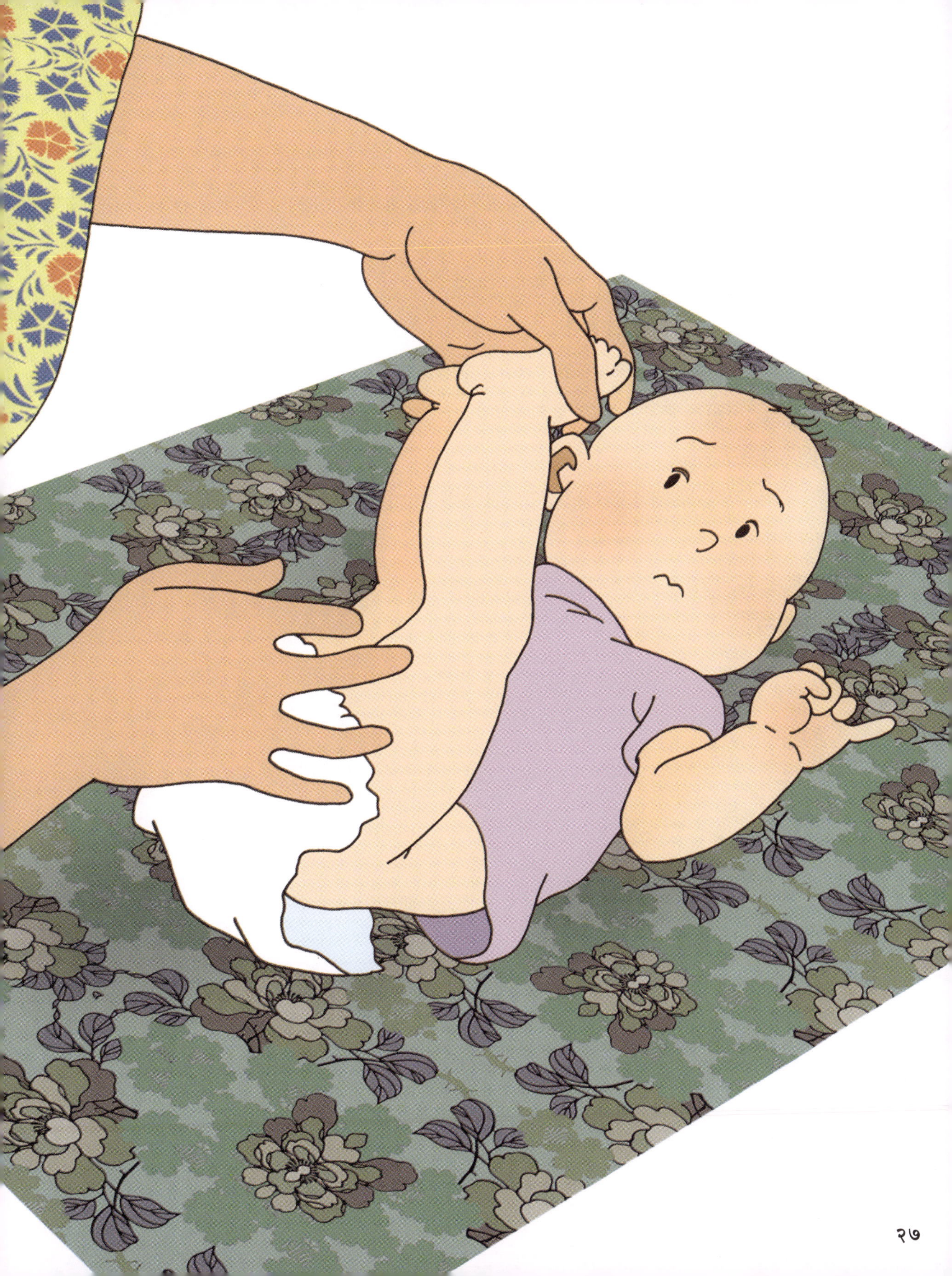

आता झाली आम्हा दोघींची पंचाईत!

मावशीला चिंता गुळगुळीत ओल्या साडीची.

मला चिंता खरबरीत ओल्या दुपट्याची.

मी ओल्या दुपट्यात गारठले. थंडीनं कुडकुडले. हात पाय झाडत जोऽऽरात ओरडले.

आई धावतच आली. तिनं मला जवळ घेतलं. पटकन दुपटं बदललं. हलकेच थोपटत मला आंजारलं गोंजारलं.

माझी थंडी पळाली. मला उबदार वाटू लागलं.

आईनं बदललेलं दुपटं मऊ मऊ होतं आईच्या हातासारखं! उबदार होतं आईच्या कुशीसारखं!!

आई गाणं गुणगुणत मला थोपटू लागली. माझे डोळे जड होऊ लागले. मला झोप येऊ लागली.

तिकडून मावशीनं काहीतरी खाणाखुणा केल्या. डोळे मिचकावले आणि हात हवेत उडवले.

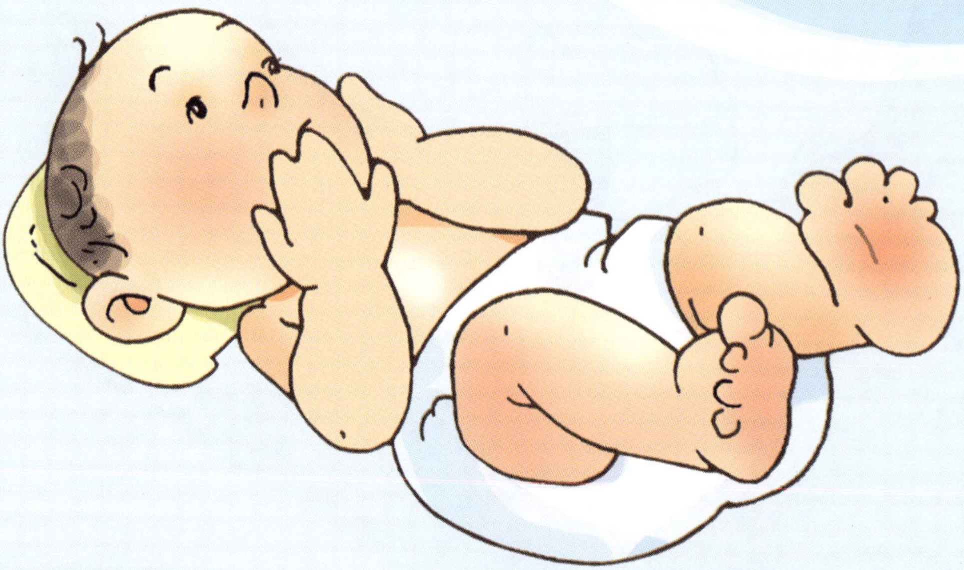

मी झोपले आहे असं समजून, आई हळूच उठली. तिनं मावशीला बदलायला नवीन साडी दिली. मावशी हसली.

हे पाहताच, मी अर्धवट झोपेतच गुरगुर केली.

आई लगेचच माझ्याजवळ आली. पुन्हा गाणं गुणगुणू लागली.

आता मी आईपासून लांब होते, तरीपण आईच्याच कुशीत होते!!....

म्हणजे, मी माझ्या आईच्याच साडीच्या दुपट्यात होते ना!!

त्या दिवशी झोपायच्या आधी मी एक गोष्ट शिकले.

आधी काही न बोलता, जी माझे लाड करते, मला समजून घेते, ती माझी आई असते!!